એકલતારો

મિહિર જાગૃતિ વોરા

Copyright © Mihir Jagruti Vora
All Rights Reserved.

This book has been self-published with all reasonable efforts taken to make the material error-free by the author. No part of this book shall be used, reproduced in any manner whatsoever without written permission from the author, except in the case of brief quotations embodied in critical articles and reviews.

The Author of this book is solely responsible and liable for its content including but not limited to the views, representations, descriptions, statements, information, opinions and references ["Content"]. The Content of this book shall not constitute or be construed or deemed to reflect the opinion or expression of the Publisher or Editor. Neither the Publisher nor Editor endorse or approve the Content of this book or guarantee the reliability, accuracy or completeness of the Content published herein and do not make any representations or warranties of any kind, express or implied, including but not limited to the implied warranties of merchantability, fitness for a particular purpose. The Publisher and Editor shall not be liable whatsoever for any errors, omissions, whether such errors or omissions result from negligence, accident, or any other cause or claims for loss or damages of any kind, including without limitation, indirect or consequential loss or damage arising out of use, inability to use, or about the reliability, accuracy or sufficiency of the information contained in this book.

Made with ♥ on the Notion Press Platform
www.notionpress.com

આ પુસ્તક હું મારા માતા પિતા , મોટા ભાઈ ભાભી અને નાની પ્રિય ભત્રીજી ને અર્પણ કરું છું .

સામગ્રી

પ્રસ્તાવના

આ પુસ્તક માં મારા આજકાલ દૈનિકપત્ર માં આવેલા મારી કોલમ એક નજર નો નિબંધ છે . ૨૦૦૫ થી ૨૦૧૮ સુધી મારા લેખ આ કોલમ માં આવ્યા હતા.,

સ્વીકૃતિઓ

આ પુસ્તક માં મારા આજકાલ દૈનિક માં આવેલા મારી કોલમ એક નઝર ના લેખ છે આ માટે હું આજકાલ દૈનિક ના મેનેજમેન્ટ , તંત્રી , ટ્રસ્ટી અને તમામ પત્રકાર અને સ્ટાફ નો આભાર માનું છું . ૨૦૦૫ થી ૨૦૧૮ સુધી મારા લેખ આ કોલમ માં આવ્યા હતા.

આ પુસ્તક માટે में વિવિધ લેખ આધારિત માહિતી વિકિપીડિયા ,લેખ ને લાગતા આવેલા વિવિધ અખબારી અહેવાલ અને જે તે લેખક ના લેખ ના સંદર્ભો નો સહારો લીધો છે તે સૌ નો હું આભાર માનું છું .

અનુક્રમણિકા

- એકલતારો

1
એકલતારો

મિત્રો ગુજરાતી વ્યાકરણ માં એકલ (એક) + તાર (વાળો) એટલે તંબૂરો.એકલપેટો; પોતાનો જ સ્વાર્થ લક્ષમાં રાખે એવો એકલો; સાથ વિનાનો થાય છે .આજે સંસાર માં આવા વ્યક્તિઓ ની સંખ્યા વધતી જાય છે જે એક ચિંતા નો વિષય છે .

મિત્રો આ પુસ્તક માં એકલતારો નિબંધ માં મેં ઈન્ટરનેટ અને વિકિપીડિયા અને વિવિધ અખબારી અહેવાલ માંથી એકલતારો વિષય ઉપર માત્ર માહિતી આપી છે .આમાં એક પણ શબ્દ મારો નથી જેની નોંધ લેજો ,

આ માહિતી સાચી છે કે ખોટી તેની તપાસ કરજો અને પછીજ વાસ્વિકતા સ્વીકારજો .આ તો માત્ર ઈન્ટરનેટ દુનિયામાંથી સીધી લીધેલી માહિતી છે જે સાચી કે ખોટી છે તેનું કોઈ પણ જાતનું સમર્થન આ પુસ્તક કે લેખક કરતા નથી જેની નોંધ લેજો.

જાણીતા લેખિકા માનસી બહેન વાઘેલા જણાવે છે કે એકલા હોવું એટલે જ એકલતા એવું નથી. ક્યારેક બધાની સાથે હોવા છતાં પણ માણસ એકલો હોય છે. રોજની એક જેવી જિંદગીના કારણે જીવન એકલતામય બની જાય છે.

જે તમને જીવનની પળો નથી માણવા દેતા. બધાં હોવા છતાં કોઈ ના હોવાનો અહેસાસ એટલે એકલતા..

ઘોઘાંટમાં પણ સન્નાટાનો એહસાસ.કંઈક પામવાની તીવ્ર તાલાવેલી પણ ખબર જ ના હોય કે પામવું શું છે?? એવી બેચેની જે તમને સુવા પણ ના દે અને જાગવા પણ ના દે. એક એવો ખાલીપો કે જે કોઈ પણ વ્યક્તિ ભરી ના શકે.

એકલતામાં વ્યક્તિને એવું લાગે કે કોઈ એને સમજતું નથી. બધાં એની જેવા નથી એટલે એ બધાં સાથે વાત કરવાનું છોડી દે. સમાજથી અને પોતાનાથી દૂર થતો જાય. એક એવા વ્યક્તિત્વની રાહમાં જે છે જ નહીં.

જેનું અસ્તિત્વ જ નથી. એ અજાણ શોધમાં એ પોતાના અસ્તિત્વ ને જ ગુમાવી બેસે છે.

આવો ખાલીપો પૂરો ના થવાના લીધે વ્યક્તિ ચીડિયો બની જાય. વ્યક્તિ હકીકતમાં એકલો હોતો નથી પણ એ જાતે જ એકલો બનતો હોય છે. એને એવું લાગવા માંડે છે કે કોઈને કાંઈ ફર્ક નથી પડતો.

એકલતા માણસના મગજમાં જ હોય છે. વાસ્તવિક જીવનમાં એવું કંઈ હોતું જ નથી. એ માત્ર વ્યક્તિ ની કલ્પના છે. કદાચ તમે જોઈતી વસ્તુ કે વ્યક્તિ મેળવી પણ લો તો પણ એકલતા દૂર નહીં કરી શકો.

કારણ કે તમારે એ વ્યક્તિ કે વસ્તુને પામવાની જરૂર નથી.

પોતાની જાતને પામવાની જરૂર છે. વ્યક્તિ જાતે જ બીજી વ્યક્તિને પોતાના જીવનમાં મહત્વનું સ્થાન આપી દેતો હોય છે અને

જ્યારે સામેની વ્યક્તિ એટલું મહત્વના આપે ત્યારે વ્યક્તિ દુઃખી થઈ જાય અને એકલતા અનુભવવા લાગે છે પણ હકીકતમાં એવું કંઈ હોતું જ નથી. એ તમારા પર આધાર રાખે છે કે તમારે કોને જીવનમાં મહત્વ આપવું અને કોને ન આપવું.

એકલતા એક એવી કાલ્પનિક દુનિયા છે જે વ્યક્તિએ જાતે જ ઉભી કરી છે જેનું અસ્તિત્વ નથી.વ્યક્તિ એમ જ માનતો હોય કે કોઈને એનાથી ફર્ક નથી પડતો.

જ્યારે લોકો એની નજીક જવાની કોશિશ કરે ત્યારે પણ એને એવું લાગે કે આ બધા ઢોંગ કરે છે અથવા એ દરતો હોય છે કે કોઈ એની નજીક ના આવી જાય અને એના દુઃખ,દર્દ કે એકલતાને જાણી ના જાય.

અમુક કિસ્સાઓમાં વ્યક્તિ આવેલી ખુશીને માણવાના બદલે એ ખુશીઓ થોડા સમયમાં જતી રહેશે એવું વિચારીને દુઃખી થતો હોય છે.

જો ખુશી શોધવા જશો તો એ જગતના કોઈ ખૂણે નથી મળવાની. ખુશી આ ક્ષણ.. આ પળમાં જ છે.જેને સમજવાની જરૂર છે. એક માત્ર તમે જાતે. પોતે જ એ વ્યક્તિ છો જે તમારી એકલતા દૂર કરી શકો છો.

એક જાણીતા લેખક ના બ્લોગ ઉપર સરસ વાત કહી હતી એકલતાને માટે અંગ્રેજ ભાષા પાસે બે શબ્દો છે : અલોનનેસ અને લોનલીનેસ, અને આ બે શબ્દો વચ્ચે એક ફર્ક છે.

જ્યારે તમે બારી બંધ કરીને દુનિયાને બહાર ફેંકી દો છો ત્યારે તમે એકલા છો, 'અલોન' છો, દુનિયાની દયા ઉપર નથી, તમે ખુદ રાજા છો , . તમારી હવેની જિંદગીનો ગ્રાફ તમે નક્કી કરો છો, તમારી રેખાઓ પર તમારો અધિકાર સંપૂર્ણ છે.

જ્યારે દુનિયા તમને ફેંકી દે છે અને તમે તલસો છો કે કોઈક પાસે, જોડે, પડખે હોવું જોઈએ, તમે લાચાર અને મોહતાજ બની જાઓ છો, દયા એક સહારો બની જાય છે,

મહેરબાનીની દિશામાં તમારી આંખો અપલક તાકી રહી છે, ત્યારે તમે 'લોનલી' બની જાઓ છો. જીવનમાં કંઈ ઘટના જ ન ઘટે, એના કરતાં કંટાળો બહેતર છે, કારણકે કંટાળો કમથી કમ બુદ્ધિ વિદ્રોહનું લક્ષણ છે.

જાણીતા લેખિક વીનેશ અંતાણી કહે છે એમ પીડા કરતાં પણ એકલતા વધારે ભયંકર છે. કારણકે પીડા સહ્ય થઈ જાય છે, એકલતાનું વજન અસહ્ય બની જતું હોય છે. એકલતા પુરુષત્વની અગ્નિપરીક્ષા છે.

ઘરમાં એકલી રહેતી સ્ત્રી અને ઘરમાં એકલો રહેતો પુરુષ એ ભિન્ન મનુષ્યપ્રાણીઓ છે. સ્ત્રી પતિના મૃત્યુ પછી 20-30 વર્ષી સુધી તૂટન ભરેલું પણ સામાન્ય જીવન જીવી લે છે, જીવી શકે છે. વૈધવ્ય એ ઘણીવાર જીવનનો લેફ્ટ કે રાઈટ ટર્ન છે.

પત્નીના મૃત્યુ પછી પુરુષ તૂટનની સાથે સાથે ઘૂટન ભરેલું જીવન જીવવાનો આયાસ કરે છે, જે શેષશૂન્ય 'લેફ્ટઓવર લાઈફ ટુ લિવ' છે, એ જીવનને લેફ્ટ કે રાઈટ ટર્ન નથી, માત્ર ડેડ-એન્ડ છે. 'કલ દ'સેક' છે, ખાસ કરીને જો એ ઉત્તરાવસ્થામાં વિધુર થયો હોય તો...!

ઘરમાંથી સંપૂર્ણ બાદબાકી થઈ ગઈ છે. હવે વર્ષી ઓછાં રહ્યાં છે અને સમય ખૂટતો જ નથી. ખુલ્લી આંખો માત્ર ભૂતકાળને જ જોયા કરે છે. રોજ બારી પર આવીને બેસતા કાગડાને પણ ખબર પડી ગઈ છે કે ઘરમાં બીજી કોઈ વ્યક્તિ નથી...

એકલતા, ભીંસી નાંખે એવી એકલતા, ઘૂટન દબાવીને જીવતા પુરુષને આલ્કોહોલિક બનાવી શકે છે અને એ સૌથી મોટું ભયસ્થાન છે. અને સાંજ બહુ ક્રૂર સમય છે,

તૂટેલા પુરુષ માટે નિર્વિરોધ પરાજય સ્વીકારવાનું એ મુહૂર્ત છે અને જિંદગીની અંતિમ ક્ષિતિજ સ્પર્શી શકાય એટલી પાસે આવી જાય.

ત્યારે, અને શાંત બેકલતા જ્યારે અશાંત એકલતા બની ગઈ હોય ત્યારે, ભગવદ્‌ગીતાનો અંગો સંકોરતો કાચબો યાદ આવતો નથી, ચીની કહેવતનો કાચબો યાદ આવ્યા કરે છે : બળેલો કાચબો પોતાની યંત્રણા સંતાડીને જ જીવે છે...

અને આકાશ અને ઘરતીની વચ્ચે દુનિયા ફરતી રહે છે. સૂર્ય ઊગતો રહે છે, ડૂબતો રહે છે, અંધકાર જામતો રહે છે, પ્રકાશ ફૂટતો રહે છે, ઠંડું અને ગરમ નામની બે વિરોધિતાઓને પણ માણસ પ્રકુલ્લિત મને સ્વીકારતો રહે છે, વિભોર થતો રહે છે,

મનુષ્યની જાનવરી ક્રિયાઓ થતી રહે છે, ચડવું અને પડવું, ઊંઘવું અને જાગવું, થાકવું અને ફ્રેશ થઈ જવું, મજદૂરી કરવી અને આરામ કરવો,

બાળકનું રડવું અને હસવું, પ્રશ્નો અને ઉત્તરો, તર્ક અને શ્રદ્ધા, સ્વર અને ગીત, રંગ અને ડિઝાઈન, પથ્થર અને મૂર્તિ, પાણીનો સ્વાદ, રોટીની ભાપ, આંસુની ખારાશ, લોહીની લાલાશ, ફૂલ, ખુરશી, આગ, સ્ત્રી, નમો અરિહંતાણં અને એકલતા.

બીબીસી ગુજરાતીમાં એક લેખ આવ્યો હતો કે એકલતા જીવનમાં કેટલી ખતરનાક સાબિત થઈ શકે?(22 જાન્યુઆરી ૨૦૧૮)

મિનિસ્ટ્રી ઓફ હેપ્પીનેસ વિશે તો સાંભળ્યું હશે. પણ શું તમે મિનિસ્ટ્રી ઓફ લોનલીનેસ ,યુકેમાં આવું જ મંત્રાલય છે જે લોકોની એકલતા દૂર કરવા માટે કાર્યરત છે.યુકેમાં આ મંત્રાલયની સ્થાપના સ્વર્ગસ્થ સંસદ સભ્ય જો કૉક્સે કરી હતી.

વર્ષ 2017ના રિપોર્ટમાં જણાવવામાં આવ્યું હતું કે એકલતા સ્વાસ્થ્ય માટે એટલી જ ખતરનાક છે જેટલી એક દિવસમાં 15 સિગરેટ પીવી હાનિકારક છે.

બ્રિટનના વડાં પ્રધાન થેરેસા મેએ એક નિવેદનમાં જણાવ્યું હતું, "જો કૉક્સે સમગ્ર દેશમાંથી એકલતા અનુભવતા લોકો અંગે જાણકારી મેળવી હતી અને તેમણે એકલતાથી પ્રભાવિત લોકોને મદદ કરવા દરેક સંભવ પ્રયાસ કર્યા હતા."

"જો કૉક્સનો વારસો હવે ટ્રેસી ક્રાઉચ સંભાળશે. તેઓ આયોગ, વેપારજગત અને ચેરિટી સંસ્થાઓ સાથે મળીને કામ કરશે અને સરકાર વતી વ્યૂહરચના તૈયાર કરશે."

બીબીસી બ્રેકફાસ્ટ સાથે વાત કરતા ટ્રેસી ક્રાઉચે જણાવ્યું કે લાખો પાઉન્ડનું રોકાણ ધરાવતા આ પ્રોજેક્ટના એકલતાને દૂર કરવાના અધૂરાં કાર્યોને પૂરાં કરવા પ્રયાસ કરવામાં આવશે.

ડિસેમ્બર 2017માં NHS ઇંગ્લેન્ડના ચીફ નર્સીંગ ઑફિસર પ્રોફેસર જન કમિંગે જણાવ્યું હતું કે શિયાળાની ઠંડીમાં એકલતા જીવલેણ સાબિત થઈ શકે છે.

તેઓ જણાવે છે કે કોઈનો સાથ મળવાથી વ્યક્તિના જીવનમાં ઘણી રાહત થાય છે.

75 કે તેના કરતા વધારે ઉંમર ધરાવતા આશરે અડધા લોકો એકલતામાં જીવન વિતાવે છે. જેમાંથી 20 લાખ જેટલા લોકો તો ઇંગ્લેન્ડમાં જ રહે છે.

તેમાંના અનેક લોકોનું કહેવું છે કે તેઓ દિવસો અને અઠવાડીયાઓ સુધી કોઈની સાથે વાતચીત કર્યા વગર વિતાવી શકે છે.

ટ્રેસી ક્રાઉચે કહ્યું, "આ એક મુદ્દો છે જેના પર જોએ ખૂબ ધ્યાન આપ્યું હતું તેના માટે અમે હંમેશા તેમને યાદ કરીશું."

"તેમણે યુકેમાં રહેતા એવા લાખો લોકોને મદદ કરી હતી કે જેઓ એકલતામાં જીવન વિતાવતા હતા."

ગુમાવવાનો સૌથી વધુ અફસોસ એ યાદ કરીને થાય છે કે તેઓ દુનિયાને બદલી શકવાની ક્ષમતા ધરાવતા હતા.

તેમણે એવું પણ કહ્યું કે તેઓ પોતાના બાળકોને કહેશે કે જો આજે ભલે તેમની સાથે નથી પરંતુ દૂર જઈને પણ તેઓ દુનિયાને શ્રેષ્ઠ જગ્યા બનાવી રહ્યા છે.

એકલતાની અનુભૂતિ વ્યક્તિગત હોય છે, તેથી દરેક વ્યક્તિનો એકલતાનો અનુભવ જુદો હશે. ખરેખર, એકલતા એ હકીકત નથી, તે એક લાગણી છે.

મારિયા જોસ રોલ્ડન નામના જાણીતા લેખિકા જણાવે છે કે એકલતાનું સામાન્ય વર્ણન એ એવી ભાવના છે કે જ્યારે આપણી સામાજિક સંપર્ક અને સંબંધોને પુરસ્કાર આપવાની જરૂરિયાત પૂરી થતી નથી.

પરંતુ એકલતા હંમેશા એકલા રહેવા જેવી જ હોતી નથી. તમે એકલા રહેવાનું પસંદ કરી શકો છો અને અન્ય લોકો સાથે વધુ સંપર્ક કર્યા વિના ખુશીઓથી જીવી શકો છો, જ્યારે અન્ય લોકોને આ એકલું અનુભવ દ nightસ્વપ્ન લાગે છે.

અથવા તમે ઘણાં સામાજિક સંપર્ક કરી શકો છો, અથવા કોઈ સંબંધમાં અથવા કુટુંબના ભાગમાં હોઈ શકો છો, અને હજી પણ એકલતા અનુભવી શકો છો, ખાસ કરીને જો તમને તમારા આસપાસના લોકો સમજી શકતા નથી અથવા સંભાળ લેતા નથી.

એકલતાનાં ઘણાં જુદાં જુદાં કારણો છે, જે એક વ્યક્તિમાં બીજામાં બદલાય છે. આપણે હંમેશાં સમજી શકતા નથી કે એક અનુભવ જે આપણને એકલા અનુભવે છે તે વિશે છે. કેટલાક લોકો માટે, જીવનની કેટલીક ઘટનાઓનો અર્થ તે થઈ શકે છે કે તેઓ એકલતા અનુભવે છે, જેમ કે:

કેટલાક લોકો એકલતાની સતત લાગણી અનુભવે છે જે તેમની અંદરથી આવે છે અને જતા નથી, તેમની સામાજિક સ્થિતિ અથવા તેઓના કેટલા મિત્રો છે તે ધ્યાનમાં લીધા વગર છે.

ઘણા પ્રકારના કારણો છે કે લોકો આ પ્રકારના એકલતાનો અનુભવ કરે છે. તમે તમારી જાતને અથવા અન્યને પસંદ કરવામાં અસમર્થતા અનુભવી શકો છો, અથવા તમારામાં આત્મવિશ્વાસનો અભાવ હોઈ શકે છે.

તમને એકલા જેવું લાગે છે તે વિશે વિચારવું તમને વધુ સારું લાગે તે માટેનો માર્ગ શોધવામાં મદદ કરી શકે છે.

આગળ અમે તમને એકલતાને દૂર કરવા માટે કેટલીક ટીપ્સ આપવાના છીએ અને ખ્યાલ આવે છે કે જો તમે તેને કેવી રીતે જીવવાનું જાણો છો અને જો તમે ઇચ્છો તેમ તેને નિયંત્રિત કરો, તો તે એટલું ખરાબ નથી.

વ્યંગાત્મક રીતે, જો તમે ફક્ત લોકો સાથે પોતાને ઘેરીને તમારી એકલતાને મટાડવાનો પ્રયાસ કરી રહ્યાં છો, તો તે નોંધપાત્ર રીતે અલ્પજીવી થઈ શકે છે. જલદી તે વ્યક્તિ નીકળી જાય છે,

તમે ફરીથી એકલા છો. તેના બદલે, સરળ પ્રવૃત્તિઓની સૂચિ છે કે જેનો તમે આનંદ કરો છો અથવા એકલા હોવા પર પ્રયત્ન કરવા તૈયાર છો: એક પઝલ, તમારા ફોન પર રમતો રમે છે, ચેટિંગ કરે છે, વાંચન કરે છે, મૂવીઝ જુએ છે, પેઇન્ટિંગ કરે છે, લેખન કરે છે.

લક્ષ્ય તમને વિચલિત કરવાનું છે તીવ્ર એકલતા. આરોગ્યપ્રદ રીતે અને સમજો કે તમારી પોતાની કંપની પણ સુખદ હોઈ શકે છે.

તમે તમારી સાથે બહાર પણ જઈ શકો છો, તમે તમારી જાતને વધુ સારી રીતે જાણવાની તક તરીકે એકલતાનો ઉપયોગ કરી શકો છો. તમારી જાતને રાત્રિભોજન પર, ચલચિત્રોમાં, પાર્કમાં, સંગ્રહાલયમાં.

જ્યાં તમે હંમેશા જવા ઇચ્છતા હો ત્યાં જાવ. ઘણા લોકો તેમની લાગણીઓને નિયંત્રિત કરવા માટે સંબંધો શોધે છે અને એકલતાની અનુભૂતિ તમારા માટે તે કેવી રીતે કરવું તે શીખવાની તક હોઈ શકે છે.

તમે કોઈ લાઇબ્રેરી ક્લબમાં જઇ શકો છો, તમારા શહેરની ઇવેન્ટ્સ પર જઈ શકો છો, તમે એવા લોકોને મળી શકો છો જેમની પાસે તમને સમાન વિચારો છે, હાઇકિંગ ક્લબમાં જઇ શકો છો અથવા ફોટોગ્રાફી શીખવા માટેના વર્ગોમાં જઇ શકો છો.

ધ્યેય એ એવી જગ્યા શોધવાનું છે કે જ્યાં તમે લોકો મિત્રોથી ઘેરાયેલા ન હોવ તો પણ તમે લોકો ઘેરાયેલા રહેશો. જો તમે કોઈને ત્યાં ઠંડક મળો છો, તો પણ વધુ સારૂ, પરંતુ ઉદેશ તે હશે નહીં, પરંતુ તમે જે કરી રહ્યા છો તેનો આનંદ માણશો.

શું નવા લોકો સાથે વાત કરવાનો વિચાર તમને ઠંડા પરસેવોમાં તોડી નાખે છે? તે અસામાન્ય નથી. એકલતા પાસે સામાજિક ક્રિયાપ્રતિક્રિયાને અર્થહીન બનાવવાની રીત છે.

અમુક તબક્કે, તમારે ફક્ત તે કરવા માટે જાતે દબાણ કરવું પડશે ... અને વસ્તુઓ તેની અનુભૂતિ કર્યા વિના તમારી આસપાસ બદલાશે.

દૈનિક સમર્થન, જેમ કે સકારાત્મક "હું" નિવેદનો, તમને આમાં મદદ કરી શકે છે. વિચારવું જેવી બાબતો: હું રસપ્રદ છું, મારી પાસે કરવાની વસ્તુઓ છે, હું અસ્વીકારથી ડરતો નથી, તે કેટલાક સારા ઉદાહરણો છે.

જો તમને હવે એકલું લાગે છે, તો પણ તેનો અર્થ એ નથી કે તમે હંમેશાં એકલતા અનુભવતા હશો અથવા તમને તમારી બાજુમાં હોય તેવા લોકો ક્યારેય નહીં મળે.

તમે તમારા ભાવિના આર્કિટેક્ટ છો, તમારે એક જ સમયે એકાંત અને કંપનીનો આનંદ માણવો હોય તો તમારે બહાર નીકળવું પડશે અને નવા સંબંધો બાંધવા પડશે. દરેકને સંબંધોમાં કંઈક ઓફર હોય છે, તમારે ત્યાંથી નીકળવું પડશે અને તેને બનાવવું પડશે.

જો તમને ઉપચાર પર જવા માટે ખર્ચ કરવો પડે તો પણ, કેટલીકવાર માનસિક આરોગ્ય વ્યવસાયિક પાસે જવું એ એક સારો વિચાર છે. તેનો અર્થ એ નથી કે એકલતા પોતે જ એક સમસ્યા છે,

તેનો અર્થ ફક્ત એટલો જ છે કે તમારે તેને તમારા જીવનમાં સ્વીકારવાનું શીખી લેવું જોઈએ, તમારે એકલા રહેવાનું કેમ પસંદ નથી અને તે બદલવું જોઈએ, તમારી જાતને ત્યાંની શ્રેષ્ઠ કંપની તરીકે સ્વીકારવા માટે સમર્થ થવા માટે.

જો તમે ઉપચારના અન્ય મૂલ્યો વિશે શંકાસ્પદ હો, તો પણ તે એકલતા માટે મદદરૂપ થઈ શકે છે કારણ કે તમને સાંભળવામાં આવે છે અને મૂલ્યવાન છે. કેટલીકવાર તે તમને સાંભળતી વ્યક્તિ વિશે છે.

યાદ રાખો કે મોટાભાગના કિસ્સાઓમાં, એકલતા એ એક વિકલ્પ છે જે તમે પસંદ કરી છો. જો તમને લાગે કે તમે એકલા છો કારણ કે તમે શરમાળ વ્યક્તિ છો,

તમારે ફક્ત તે શરમ દૂર કરવી પડશે તમારા પોતાના દ્વારા અથવા કોઈ વ્યાવસાયિકની સહાયથી. એકલતા તમને ખરાબ લાગે તેવું નથી અથવા તે એક દુષ્ટ ચક હોવું જરૂરી નથી, તે અસ્થાયી અથવા સરળ પસંદગી હોઈ શકે છે.

જાણીતા ગુજરાતી લેખક મન ઉપવન માં મુકેશ આંજણા જણાવે છે કે ,માણસના જીવનમાં અનેક વિચિત્ર ઘટના બને છે. કેટલીક એવી પળ આવે જેના લીધે એકલતાનો અહેસાસ થતો હોય છે.

સાવ નરી એકલતાનો પ્રકાશ રાત્રિના ઓરડામાં ઝબૂકતો હોય ત્યારે જીવનની આસપાસ રચાતા દ્રશ્યો બરાબર સમજાય તો જીવનના બધા કોરા પાના ભીના થઇ જાય છે.

એકલતા સહન કરનારમાં સમજણ કેળવાય છે. પ્રેમ થયાની માણસ પાસે યાદો હોય, વાંચન અને લેખનનો શોખ હોય ત્યારે ગમે તેવી એકલતા સહન કરવાની શક્તિ પ્રગટી ઊઠે છે.

પ્રિયજનની યાદમાં હ્રદય ધબકાવું એ સોનેરી ઘટના છે. કેમ કે એકલતાના ખંડમાં ચમકતો પ્રકાશ તો જીવનના ઉત્સવને માણવા માટેનો અવસર છે.

સ્ત્રી માટે એકલતા સહન કરવી એ આગ બરાબર છે. સ્ત્રીને સાંપડેલ પ્રેમ એકલતાના સમયે વધારે પીડા આપનાર સાબિત થાય છે, એકબીજા પ્રેમી વિખુટા પડ્યા પછી પ્રેમને પીડામાં તબદીલ કરે છે. ત્યારે સ્ત્રી માટે પ્રેમ પીડા બની જાય છે.

એકલતામાં જીવન દાઝતું હોય છે ત્યારે દરેક ક્ષણ કષ્ટદાયક લાગતી હોય છે. પ્રેમ પામ્યા બાદ એકલા રહેવાનો અવસર કિસ્મતમાં સાંપડે તો યાદનાં આધારે જીવી જવાતું હોય છે. પ્રેમમાં એવી શક્તિ છે કે જીવનનો થાક દૂર કરી દે છે.

કવિ સુરેશ દલાલે ડેવિડ ઇગ્નાતોની કવિતાનો અનુવાદ કર્યો છે. ડેવિડ ઇગ્નાતોએ ગાયું છે "મધરાતનો સમય છે, મકાન શાંત છે. દૂરથી સંભળાય છે વાઘ સુંવાળપથી વગાડતું."

"હું એકલો છું અને જાણે કે ધીમા સંગીતના સૂરમાં દુનિયાનો અંત આવતો હોય એમ લાગે છે, અસ્તિત્વનો આકાર બદલવા માટેની ગડમથલ થતી હોય છે. "રાહી માસુમ રઝાની કવિતા યાદ આવે છે-

"બનેગી ફિર કોઈ દુનિયા કિ આદમી અબ.ખુદા કિ તરહ અકેલા દિખાઈ દેતા હૈ

ઉસ કશ્તી કો કિસને પૂછા, ક્યાં ગુજરી તુફાનો મેં, જિસને ન જાને કિતને મુસાફિર અબ તક પાર ઉતારે હૈ

હમ ન સોયે રાત થક કર સો સો ગઈ"

દરેક માણસને એકલતા હેરાન- પરેશાન કરી મૂકે છે. કવિવર રવીન્દ્રનાથ ટાગોર માટે મૃત્યએ કવિતા ન હતી પરંતુ મૃત્ય પછી એકલતા આવી તેમાં કવિતાનું શાસ્વત સત્ય પ્રગટી ઉઠ્યું હતું.

માનવીના હ્રદયમાં પ્રેમ પડેલો છે. પ્રેમ પ્રગટે એ જીવનની મૂલ્યવાન ચીજ છે. રવીન્દ્રનાથે કાદંબરીદેવીના મૃત્ય પછી ચાર પ્રિયજનના મૃત્યનો સામનો કર્યો હતો. કવિવર માટે કાદંબરીદેવી હ્રદયનો ધબકાર હતો, પ્રેમનો બગીચો હતા.

કાંદબરી દેવીના મૃત્યુ બાદ રવીન્દ્રનાથ ટાગોરના જીવનમાં ભયાનક એકલતા આવી હતી તેમણે તે માંથી એક નવા સત્યની શોધ કરી હતી.

વિક્ટોરિયા ઓકામ્પો રવીન્દ્રનાથના પ્રેમમાં હતા. એકવાર વિક્ટોરિયા ઓકામ્પોને પત્ર લખીને કહ્યું હતું 'તે અનેકવાર જોયું છે કે હું ઘરને યાદ કરું છું પણ ભારતને કારણે નહીં પણ મારા હ્રદયમાં એક અવિરત સત્ય છે જેમાં હું મારી અંતરત્તમ સ્વતંત્રતા પર એક માત્ર મારા પરમેશ્વરનો અધિકાર છે, પ્રેમ માણસને જીવંત રાખે છે.

એકલતા ભૂતકાળ તરફ લઇ જાય છે. યાદનો દરિયો રચાય અને હોઠમાંથી મૌનનો પ્રકાશ દીપી ઉઠે ત્યારે જીવન સાથેનો સંબંધ વિશે ખ્યાલ આવે છે. રવીન્દ્રનાથે ગાયું છે-

"પ્રકાશ, મારો પ્રકાશ.દુનિયાને ભરી દેતો, આંખોને ચૂમતો,હ્રદયને મધુર બનાવતો પ્રકાશ.મારા જીવનની વચ્ચે નૃત્ય કરતો"

એકલતા સમય પસાર કરવા માટે નથી, તે જીવનનો અર્ક શોધવા માટે છે. દરેક માનવીના હ્રદયમાં એક વિશ્વ છુપાયેલું છે. એકલતા વચ્ચે ભાવભીનું વિશ્વ પડેલું છે, હ્રદયના ઊંડાણનો અવાજ સાંભળવા માટે એકલતા ઘણી મહત્વ છે.

લાંબા ગાળાની એકલતા માણસને પશુ બનાવી નાંખે છે. ભીડ ભરી દુનિયામાં માણસ ખોવાઈ ગયો છે પરંતુ એકલતા જીવનને શોભિત કરે છે.

જે માણસને એકલતા સહન કરતાં આવડે છે તે જીવનની દિશા સરળતાથી શોધી શકે છે અને પોતાનામાં છુપાયેલી સર્જનાત્મક શક્તિ જાણી શકે છે.

એકલા રહેવાથી જીવન શું છે તેનો ખ્યાલ આવે છે. માણસ મોટા ટોળા પાસેથી કે વર્ગખંડમાં જેટલું શીખી શકતો નથી એટલું એકલતા ભરી પળમાં શીખી શકે છે.

બંગાળી સાહિત્યકાર શરતચન્દ્ર ચટ્ટોપાધ્યાયે સુવિખ્યાત નવલકથા 'દેવદાસ'માં પાર્વતીની એકલતા વિશે સુંદર રીતે લખ્યું છે.

દેવદાસ પાર્વતીને એકલતા ભર્યા દિવસોમાં પત્ર લખે છે ભાવાનુવાદ એવો થાય છે "દુ:ખ માત્ર તે છે કે મારા કારણે દુ:ખ ભોગવી રહી છે. કોશિશ કર મને ભૂલી જવાની. દિલથી આશીર્વાદ આપું છું કે તું મને ભૂલી જા".

સ્ત્રી અને પુરુષની એકલતામાં ફર્ક છે. પુરુષ પીને પોતાનું શરીરનું બેલેન્સ ગુમાવે છે, સ્ત્રી ખાઈને શરીરનું બેલેન્સ ગુમાવે છે. અર્થાત સ્ત્રી માટે એકલતા ડુસ્કા ભરી રાત છે. પુરુષ માટે ખામોશીનો દરિયો છે.

જીવનના સરવાળા- બાદ બાકી કરવામાં ઘણી મજા નથી પરંતુ વર્તમાન ક્ષણ વિશે વિચારવું એ જીવનની કિતાબને રંગીન અક્ષરોથી મઢી નાખે છે. એકલતા ભરી પળમાં જીવનની કિતાબ વાંચવાનો સમય મળે છે.

જીવનનું માપ સ્કેલથી કે પૈસાની ગણતરી કરવાથી થઇ શકતું નથી. જીવન એ તપસ્યા છે. એકલતા ભર્યા દિવસો જીવનને માણવા માટે, જીવનના કોરા પાના પર સુખના અક્ષર પાડવા માટે સૂચન કરે છે.

જાણીતા ગુજરાતી લેખિકા કાજલ ઓઝા-વૈદ્ય એકબીજાને ગમતાં રહીએ માં બહુ સરસ વાત કહી છે કે એકલતા અને એકાંતમાં ફરક છે. એકલતા બીજા લોકો તરફથી મળતી હોય છે, જ્યારે એકાંત માણસ પોતાની જાતે-સ્વેચ્છાએ સ્વીકારી શકે છે

. દેખી ઝમાને કી યારી... બિછડે સભી બારી બારી... શાયર કૈફી આઝ્મીએ જ્યારે આ લખ્યું હશે ત્યારે એમને એકલતા સતાવતી હશે કે નહીં, કોને ખબર?

હર્ષ બ્રહ્મભટ્ટના કાવ્યસંગ્રહ 'એકલતાની ભીડમાં'નો શેર છે: આયનાઓ હાથમાં રહી જાય છે, ભીંતમાંયે બિંબ તો દેખાય છે. હું ખડક થઇને ઊભો છું ક્યારનો, જળ બનીને તેઓ મને અફળાય છે. એકલા પડી જવાનો ભય મોટા ભાગના લોકોને ડરાવે છે.

વૃદ્ધો સંતાનોના ત્રાસને સહન કરે છે કારણ કે એ એકલા જીવી શકે એમ નથી. પતિ પર આધારિત પત્ની એનાં લફરાં અને દાદાગીરી ચલાવી લે છે કારણ કે એ એકલી જીવી શકે તેમ નથી.

પડોશીને સહન કરીએ છીએ કારણ કે જંગલમાં જીવી શકીએ તેમ નથી.

મિત્રોને સાચવી લઇએ છીએ કારણ કે જિંદગી મિત્રો વિના જીવી શકાય તેમ નથી. સગાંઓને જરવીએ છીએ કારણ કે સામાજિક સંબંધો આપણે માટે અનિવાર્ય છે.

એકલવાયાપણું, લોન્લીનેસ કે એકલતા મોટા ભાગના માણસો જરવી શકતા નથી. આજના સમયમાં ઘોંઘાટ જીવવાની જરૂરિયાત બનતો જાય છે.

ઘરમાં ટેલિવિઝન, ગાડીમાં રેડિયો, સેલફોન માણસના જીવનની એવી જરૂરિયાત છે કે એને ખાવાનું ન મળે તો ચાલે, પણ આસપાસના અવાજ વિના એ ધાંધો થઇ જાય છે.

મૌન માણસમાત્ર માટે અઘરું બનતું જાય છે. શાંત, ચૂપ કે એકલા ન રહી શકવાની ગૂંગળામણને માણસ 'બોર થવાના' નામથી ઓળખે છે.

સતત પ્રવૃત્તિ એ જ એમાંથી છટકવાનો ઉપાય છે. નવથી નવ કામ કરવાથી, ગાડીમાં સંગીત સાંભળવાથી, ઘેર આવીને ટેલિવિઝન જોવાથી, પાટી કે ઝઘડા કરવાથી એકલવાયાપણું દૂર થઇ શકતું નથી.

એકવાયાપણામાં દસ વર્ષના છોકરાથી લઇને સો વર્ષના વૃદ્ધ સુધી કોઇ પણ એકલું પડી શકે. કોઇને પણ એકલતાની ભૂતાવળ ડરાવી શકે.

સતત માણસોની વચ્ચે રહેવાથી એકલતા દૂર ભાગે છે એવું માનવું માણસની સૌથી મોટી ભૂલ હોઇ શકે. માણસમાત્રને એકલતા ડરાવે છે કારણ કે એકલતાની સાથે અસ્વીકાર જોડાયેલો છે.

જગતનો દરેક માણસ 'સ્વીકાર' ઝંખે છે. 'મને કોઇ નથી જોઇતું, હું કોઇનો મોજતાજ નથી' કહેનાર માણસ પણ ભીતરથી સ્વીકાર અને આવકાર ઝંખે છે.

પોતાને કોઇની પડી નથી કહેનારા ખરેખર ડિફેન્સ મિકેનિઝમથી કામ કરે છે. જાતને રક્ષણ આપવાની આ વૃત્તિ ભયમાંથી જન્મે છે. કોઇ પોતાની સાથે સંબંધ તોડી નાખે એ પહેલાં પોતે જ સંબંધ તોડીને નીકળી જવું.

કોઇ પોતાને નકારે તે પહેલાં પોતે જ સામેની વ્યક્તિને નકારી દેવી. કોઇ પોતાને ચાહતું નથી એવી નિરાશા જન્મે તે પહેલાં પોતાને પ્રેમમાં, ચાહનામાં, સંબંધોમાં વિશ્વાસ નથી કહીને છટકી જવાની વૃત્તિ ખરેખર તો માણસના મનની આસપાસ રચાતું એક ઇન્સ્યુલેશન છે.

જે એને એકલો પડતો અટકાવે છે-એવું માણસ માને છે. એકલા પડી જવાની આ પરિસ્થિતિ બીજા લોકોને કારણે ઊભી થઇ હોય ત્યારે એ સ્વીકારવી અઘરી બને છે. કોઇ આપણને તરછોડી કે છોડી જાય એ વાત સ્વીકારવાની આપણામાં તૈયારી હોતી નથી.

આપણને લાગે છે કે આ દુનિયામાં એવો કોઇ માણસ છે જ નહીં, જે આપણને નકારી શકે. જે ક્ષણે આવો કોઇ માણસ મળી જાય અથવા જીવનમાં આવી પરિસ્થિતિ આવી જાય ત્યારે એકલતા અસ્વીકાર્ય પરિસ્થિતિ બને છે.

એકલતા અકબંધ રાખવા માટે આપણે નકારવાની પ્રક્રિયા શરૂ કરીએ છીએ. જે ધીમે ધીમે વધુ એકલતા તરફ ધકેલે છે.

સંબંધો તૂટી જાય અને એકલતા ઘેરી વળે ત્યારે સમજાય છે કે સંબંધો ટકાવવા માટે આપણે કોઇ પ્રયત્ન કર્યો જ નહોતો. એક વાર એકલતાના અનુભવમાં પ્રવેશીએ પછી એક નવો અંતિમ વિચાર પ્રવેશે છે.

જે રીતે જીવતા હતા તે, શહેર અને કામધંધા સહિત ક્યારેક મિત્રો કે પ્રિયજનને પણ પોતાની જિંદગીમાંથી બહાર ફેંકી દેવાની ઇચ્છા થઇ જાય છે.

આનું કારણ આપણી અંદરનો અહંકાર છે, જે કહે છે કે, 'કોઇ આપણને શું નકારી શકે, આપણે જ બધાને નકારી દઇએ.' આ પરિસ્થિતિ જોખમી છે કારણ કે આ બધું બદલવાથી અંદરનો ખાલીપો બદલાશે નહીં એ નકકી છે.

મોટા લેખકો, અભિનેતા, સરકારી પદ પર રહેલી વ્યક્તિઓ કે મિનિસ્ટર્સ જ્યારે સફળતાના શિખરે કે સત્તાના સવીચ્ચ પદે હોય છે ત્યારે એમની આસપાસ લોકોની ભીડ હોય છે.

પદ કે સફળતા ઓસરી જાય ત્યારે પ્રશંસકો કે ચમચાઓ આસપાસથી ખસી જાય, એ વખતે ખાલીપાનો અનુભવ એમને તોડી નાખે છે.

આનું કારણ કદાચ એ છે કે એમણે એ ટેમ્પરરી અનુભવ-કામચલાઉ પરિસ્થિતિને કાયમી માની લીધી. માણસમાત્રનું અસ્તિત્વ કાયમી નથી. સંબંધો, સફળતા, સત્તા કાયમી નથી.

જે આ સ્વીકારી શકે છે એ પરિસ્થિતિ સાથે બદલાવાની સ્થિતિસ્થાપકતા ધરાવે છે. જડ થયેલાં મન કે હૃદયને એકલતાના હથોડા તોડી નાખે છે.

'વિપશ્યના'ની અધ્યાત્મિક અપલિફટિંગની પ્રક્રિયામાં મૌનનું મહત્વ સમજાવવા એક જ ઓરડામાં રહેતા બે જણને એકબીજા સાથે વાત ન કરવાની સૂચના આપવામાં આવે છે.

એક ઓરડામાં કેટલાક દિવસ સાથે રહેનારા બે જણા એકબીજાની હાજરી છતાં મૌન રહેતાં શીખી જાયે ત્યારે એમને 'એકલતા'માંથી 'એકાંત' તરફ જવાની લાગણી સમજાય છે.

આસપાસના લોકોથી જાતે જ અલગ થવાની શરૂઆત થાય ત્યારે એક સોલિટ્યુડનો અનુભવ થાય છે. આ સોલિટ્યુડ માણસને પોતાની નજિક લઇ આવે છે. ઘોંઘાટમાંથી નીકળીને વિચાર કરતાં શીખવે છે.

માણસ વાત કરવાને બદલે વિચાર કરતો થાય છે ત્યારે એની એકલતા એકાંતમાં બદલાઇ જાય છે. પસંદ કરેલું એકાંત અને પરાણે ઠોકી બેસાડાયેલી એકલતામા ફેર છે.

ઠોકી બેસાડાયેલી એકલતા આત્મહત્યાનો ધીમો ડોઝ છે, જ્યારે જાતે પસંદ કરાયેલું એકાંત વઘેલા વષીને આનંદથી જીવવાની જડીબુટ્ટી!

એકલતા કવિતા, સંગીત અને ચિત્રો લખવાની પ્રેરણા આપી શકે છે. પરંતુ, જો સામગ્રી સારી હોઇ શકે છે, સંશોધન બતાવે છે કે આરોગ્ય પર, એકલતા અત્યંત હાનિકારક અસર કરે છે.

વિજ્ઞાનમાં આ મનોવૈજ્ઞાનિક સ્થિતિને વધતા દબાણ, એક મેટાબોલિક નિષ્ફળતા, હૃદય રોગ અને ડાયાબિટીસના વિકાસનું જોખમ સામેલ છે. ઉલ્લેખ નથી કે એકલતા ડિપ્રેશન તરફ દોરી જાય છે.

ન્યૂ ચોર્કમાં એક પરવાનો ક્લિનિકલ સાયકોલોજિસ્ટ સનમ હફિઝ અને કોલંબિયા યુનિવર્સિટી કોલેજમાં એક શિક્ષક કહે છે, "એકાંત અને એકલતા વચ્ચે તફાવત છે."

બંને શબ્દોનો અર્થ એ છે કે લોકો એક છે, પરંતુ તે વિચારના જુદા જુદા માગૉ વિશે છે. " એવું લાગે છે કે સારા અને લાયક લાગે તે માટે, આ અને અન્ય લોકોની બાહ્ય પુષ્ટિ માટે જરૂરી છે.

દરેક વ્યક્તિ કોઇક સમયે એકલતા અનુભવે છે. બહુ જાણીતી વ્યક્તિઓ પણ એકલતા અનુભવે છે.

શા માટે? કેમ કે, એકલતાનો આધાર આપણા કેટલા દોસ્તો છે એના પર નહિ પણ, કેવા દોસ્તો છે એના પર છે. એક જાણીતી વ્યક્તિ ઘણા લોકોથી ઘેરાયેલી હોય શકે. પરંતુ, બની શકે કે સાચો દોસ્ત ન હોવાને લીધે તે એકલતાનો અનુભવ કરે છે.

હકીકતમાં, એકલતા અનુભવતા હો ત્યારે, કોઇ તમને મિત્ર બનાવવા માંગે તો, તમે તરત એના મિત્ર બની જશો.

એકલતા અનુભવતા હો ત્યારે, તમે કદાચ કોઇકનું ધ્યાન મેળવવા તરસતા હશો. તમે કદાચ એવું પણ વિચારો કે, કોઇ જ ધ્યાન ન આપે એના કરતાં જે ધ્યાન આપે એ સારો દોસ્ત છે. પણ, એવી દોસ્તી તમને મુશ્કેલીમાં મૂકી શકે

.એક ૧૮ વર્ષ ની યુવતી જણાવે છે, કે 'હું એક દિવસમાં ઘણા લોકોને મેસેજ કે ઈ-મેઇલ કરતી. છતાં, હું ખૂબ જ એકલતા અનુભવતી.'

એક ૧૮ વર્ષ નો યુવાન જણાવે છે કે. તે જણાવે છે, 'મેસેજ કરવું એ નાસ્તા જેવું છે. જ્યારે કે, આમને-સામને વાત કરવી જમવા જેવું છે. નાસ્તો કરવો ગમે પણ, સંતોષ તો જમવાથી જ મળે.'

માની લો કે, કોઇકે તમને ઇન્ટરનેટ દ્વારા ફોટા મોકલ્યા છે. એ ફોટા એક પાર્ટીના છે જેમાં, બીજા દોસ્તો છે પણ તમને બોલાવ્યા નથી. એ જોઇને શું તમે એમ વિચારશો કે એ ફોટા તમને ચિડાવવા કે નારાજ કરવા જાણીજોઇને મોકલ્યા છે?

કે પછી તમે કંઇક સારું વિચારશો? દરેક હકીકત જાણતા ન હો તો, શા માટે ખોટું વિચારવું? એના બદલે, એમ વિચારો કે તમને નહિ બોલાવવા પાછળ કોઇક સારું કારણ હશે.

મોટા ભાગે, તમારા સંજોગો નહિ પણ, તમે કેવું વિચારો છો એના લીધે એકલતા અનુભવો છો.

અગાઉથી તારણ પર ન આવો. એકલા પડી જાઓ ત્યારે તમે કદાચ વિચારો કે, 'મને તો કદીયે કોઇ બોલાવતું નથી' અથવા 'લોકો હંમેશાં મારાથી દૂર રહે છે.'

એવા તારણ પર આવવાથી તમે એકલતાના દલદલમાં ફસાતા જાઓ છો. એવા વિચારો તો વમળ જેવા છે: બીજાઓ તમને એકલા પાડે ત્યારે, તમે એકલતા અનુભવો છો. એટલે, તમે પોતે બધાથી અલગ થઈ જાઓ છો અને ફરી એકલતા અનુભવો છો.

જાણીતા ગુજરાતી લેખક દાક્તર હંસલ ભચેચ જણાવે છે કે તમે મોબાઈલમાં ડૂબેલા હોવ તો તમે જાણ્યે-અજાણ્યે બીજાને અવગણો છો, સામેવાળું મોબાઈલમાં હોય તો તે તમને અવગણે છે અને તમે બંને મોબાઈલ હોવ તો જોડે હોવા છતાં'ય તમે બે એકલા! માઈલોના માઈલો દૂર બેઠેલા સાથે કનેક્ટેડ અને બાજુમાં બેઠેલા સાથે ડિસ્કનેક્ટેડ!!

કોવીડની પહેલી બે લહેરોમાં બચી ગયેલા મારા એક ડોક્ટર મિત્રને ત્રીજી લહેરે ઝપેટમાં લઈ લીધા. મેં એને ખબર પૂછવા ફોન કર્યો. એણે મને કહ્યું 'લક્ષણો તો ખાસ કંઈ ભારે નથી પરંતુ અશક્તિ અને કશું કરવાનું મન નથી થતું પછી થોડીવાર અટકીને એ બોલ્યો મને સૌથી અઘરું શું લાગે છે કહું?!'

મારા જવાબની રાહ જોયા વગર જ એણે કહ્યું 'રૂમમાં આખો દિવસ એકલા રહેવું એ! ત્રણ દિવસમાં હું એકલા રહેવાથી વધુ બીમાર થઈ ગયો છું.

લોકો એકાંત માણવાની વાતો કરતા હોય છે પણ તમે બે દા'ડા રહો એટલે ખબર પડે કે એ બધી ખાલી વાતો જ છે. એકલતા તમને બીમાર પાડી દે'

'એકાંત માણવા માટે શરીર અને મન સ્વસ્થ હોવું જરૂરી છે, બાકી એકાંતને એકલતામાં બદલાઈ જતા વાર ના લાગે. તારી અકળામણ એકલતા ઉપરાંત બંધિયારપણાને કારણે પણ છે'

મેં એની વાતનો પ્રતિભાવ આપ્યો. પછી અમારી વચ્ચ ખાસ્સી વાતો થઈ પણ એમાં એકલતાનો એણે જુદી જુદી રીતે ઉલ્લેખ કર્યો. એકલતા વ્યક્તિઓને કેટલી પીડી શકે એ કોઈ મનોચિકિત્સકને સમજાવવી પડે એવી બાબત નથી,

અનેક લોકોની એકલતાના તે એક માત્ર સાક્ષી હોય છે. કોવીડમાં ક્વોરેન્ટાઈન થવાનો ભય મોટાભાગની વ્યક્તિઓમાં જોવા મળે છે તેની પાછળ એકલતા અને બંધિયારપણું બંને જવાબદાર છે.

હમણાં જ સેક્સટીંગની આદતે ચઢી ગયેલી એક યુવતીએ મને કહ્યું કે મારા ઘરમાં બાર સભ્યો છે પણ બધા પોતાના કામમાં બીઝી અને જ્યારે કામ ના કરતા હોય ત્યારે મોબાઈલમાં બીઝી!

કોઈ એકબીજા સાથે વાત કરવા નવરું જ નહીં પછી મેં પણ મારી એકલતાનો ઉપાય શોધી કાઢ્યો. કોઈને સમય નથી આપવો અને મને જે સમય આપે છે તેને જે જોઈએ એ હું આપું છું,

તેને જે જોઈએ એ હું આપું છું, એમાં હવે આ લોકોની દખલગીરી હું કેમ ચલાવી લઉં?! એના આ વેધક સવાલે મને ક્ષણભર માટે મૂંઝવી કાઢ્યો!

વાસ્તવમાં તો એકલતા અનુભવવા એકલા હોવું જરૂરી નથી ભરી ભીડમાં પણ એકલતા લાગી શકે! એકલતા શારીરિક રીતે હાજર પણ માનસિક રીતે ગેરહાજર વ્યક્તિઓની વચ્ચે પણ એટલી જ અથવા કદાચ વધુ તીવ્રતાથી અનુભવાઈ શકે છે.

જો કોઈની'ય સાથે વાસ્તવમાં જોડાઈ ના શકીએ અથવા કોઈને'ય આપણી પડી ના હોય તો માણસોની વચ્ચે પણ એકાકીપણું આપણનેઘેરી વળતું હોય છે.

એમાં'ય મોબાઈલ અને સોશિયલ મીડિયાએ તો આપણે ભરી ભીડ વચ્ચે એકલા પાડી દીધા છે, તમે જો મોબાઈલમાં વ્યસ્ત હોવ તો સ્વેચ્છાએ અને સામેવાળો જો મોબાઈલમાં વ્યસ્ત હોય તો અનિચ્છાએ તમે એકલા પડી જાવ છો.

તમે મોબાઈલમાં ડૂબેલા હોવ તો તમે જાણ્યે-અજાણ્યે બીજાને અવગણો છો, સામેવાળું મોબાઈલમાં હોય તો તે તમને અવગણે છે અને તમે બંને મોબાઈલ હોવ તો જોડે હોવા છતાં'ય તમે બે એકલા! માઈલોના માઈલો દૂર બેઠેલા સાથે કનેક્ટેડ અને બાજુમાં બેઠેલા સાથે ડિસ્કનેક્ટેડ!!

મજ્જાની વાત તો એ છે કે ઘણા બધાની તો એકલતાનો ઉપાય જ આ મોબાઈલ અને સોશિયલ મીડિયા હશે. તેના થકી જ તે પોતાને વ્યસ્ત રાખતા હશે અને તેમનો સમય વ્યતીત થતો હશે.

એમાં'ય ખાસ કરીને ઓછી વસ્તી ધરાવતા દેશોમાં તો ખાસ. આપણે ત્યાં પણ ઘણા નિવૃત્તો અને બેકારો, બંને, મોબાઈલ અને સોશિયલ મીડિયાને કારણે પોતે ઘણા વ્યસ્ત હોવાની ભ્રમણામાં જીવતા હશે.

અમારા કુટુંબના એક વડીલ તો આ પ્રવૃત્તિમાં એટલા વ્યસ્ત રહે છે કે એમને યમરાજ લેવા આવશે તો કહી દેશે કે હાલ સમય નથી પછી આવજે! એકપણ પોસ્ટ જોવાની રહી જાય તો જાણે મોટું કામ બાકી રહી ગયું હોય તેમ રઘવાયા થઈ જાય.

ઘરના એમની આ પ્રવૃત્તિથી અકળાય તો કહે છે કે હું તો હાલ મૂકી દઉં, ચાલો તમે મારી જોડે વાતો કરવા બેસો જેથી મારી સમય જાય. એમની આ વાત સાંભળતા જ બધા સભ્યો આધા-પાછા થઈ જાય છે, બોલો! બધો ખેલ વ્યસ્તતાથી વળગણ અને વળગણથી વ્યસ્તન સુધીનો છે.

સમજાય તો વાત સરળ છતાં ગંભીર છે, એકલતા કે એકાકીપણું આવનારા સમયની મહામારી છે, પાંખી વસ્તી ધરાવતા દેશોમાં પણ અને ભારે ભરચક દેશોમાં પણ!

ક્યાંક અનિચ્છાએ અને ક્યાંક સ્વેચ્છાએ બધા મોડા-વહેલા એકલતા તરફ ધસી રહ્યા છે. એમાં મઝાનો પેરાડૉક્સ જુઓ કે એને દૂર કરવા પાછા આપણે ટેકનોલોજીનો સહારો લેવાના, રોબોટ સાથે વાતો કરવાના અને આર્ટિફિશિયલ ઈન્ટેલિજન્સના ભરોસે જીવવાના! કારણ અને મારણ એક સરખું!!

જરા પોતીકી કુદરતી બુદ્ધિ વાપરવાની વાત છે, તમને તમારા ફોન સાથે બાંધી રાખવાનો ધંધાદારીઓનો ખેલ છે, આવનારા સમયમાં એમાંથી જ દુનિયાની મોટાભાગની ઉપજ થવાની છે.

તમને એકલા પણ એ જ પાડશે અને તેનો ઉકેલ પણ એ જ આપશે, બસ તમારે એને છોડવાનો નહીં. આ બંધનમાંથી મુક્ત થવાનો એક જ ઉપાય છે,

બસ નાનકડો એક સંકલ્પ - જ્યાં સુધી એકચ્યુઅલ જીવંત સંપર્કની તક છે ત્યાં સુધી વર્ચ્યુઅલ સંપર્ક હોલ્ડ પર રાખવો પરંતુ કમનસીબે આપણે ઉલટું કરતા હોઈએ છીએ!

મોબાઈલ અને સોશિયલ મીડિયા વૃદ્ધોની એકલતા ભાંગે છે અને યુવાનોને એકલા પાડે છે! એકલતા દૂર કરવા દાક્તરી સારવાર પણ લેવી જોઈએ અને મનોચિકિત્સક નો સંપર્ક કરાવીઓ જરૂરી છે .

મોટી ઉંમરની વ્યક્તિઓને દોસ્ત બનાવો. કે મોટી ઉંમરના દોસ્તો રાખવા શા માટે મહત્ત્વના છે. મારા અમુક ખાસ દોસ્તો છે, જેઓ મારાથી ઘણા મોટા છે. તેઓ જ સરસ રીતે વિચારે છે અને પોતાના નિર્ણયમાં અડગ રહે છે એની હું ખરેખર કદર કરું છું.

એકાંતના ફાયદાની કદર કરો. અમુક લોકો સહેજ વાર માટે એકલા પડે કે તરત જ એકલતા અનુભવે છે. પરંતુ, એકલા હોવાનો અર્થ એ નથી કે તમે એકલતા અનુભવો છો.

તેમ જ, એની કદર કરો. એમ કરવાથી, તમે એકલતાની લાગણી દૂર કરી શકશો અને બીજાઓના સારા દોસ્ત બની શકશો.એકલતા દૂર કરવા દાક્તરી સારવાર પણ લેવી જોઈએ અને મનોચિકિત્સક નો સંપર્ક કરવો જરૂરી છે .

જે લોકો એકલતા મહેસુસ કરતા હોય તો તેનું કારણ જાણો અને તેને દૂર કરવાની કોશિશ કરો. જો તમે કારણ જાણીને એકલાપણુને દૂર કરો.

જિંદગીમાં આગળ વધવા માટે નવા વિકલ્પો પર વિચાર કરો. જે લૂક બહુ જ એકલતા મહેસુસ કરતા હોય તો પરિવાર અને મિત્રો સાથે વધુમાં વધુ સમય વિતાવો. જ્યારે તમારી આજુબાજુમાં કોઈ ના હોય તો તમે કામને ખુદમાં વ્યસ્ત રહો.

જો કોઈ પણ કામમાં મન ના લાગે તો પછી ગ્રુપમાં થઈ શકે તેવી પ્રવૃત્તિઓ શોધો. જો કોઈને સંગીત, નૃત્ય, ફોટોગ્રાફી વગેરેનો શોખ હોય તો તે સંબંધિત વર્કશોપ, હોબી વર્ગોમાં જોડાઓ.

ઘણી ભાષાઓ શીખો. કોઈપણ ક્લબ, સંસ્થા સાથે જોડાઓ.આ પ્રવૃત્તિમાં નવા લોકોને મળવાની તક મળશે. કદાચ તેમાંથી કેટલાક ભવિષ્યમાં તમારા સારા મિત્રો બનશે.

જ્યારે તમે એકલતા મહેસુસ કરતા હોય ત્યારે દરરોજ કંઈક નવું વાંચવાની ટેવ પાડો. જેમાં મનપસંદ પુસ્તકો, સમાચાર પત્રો, પ્રેરણાત્મક વાર્તાઓ વાંચો. જેનાથી દેશ-વિશ્વ જોડાયેલા લાગે છે. મન નવી જગ્યા પર લાગવાથી એકલતા મહેસુસ નહીં થાય.

દરેક વ્યક્તિના જીવનમાં કેટલાક લોકો એવા હોય છે જેમની હાજરી તેમને સકારાત્મકતાથી ભરે છે. તમારી આસપાસના આવા લોકોનું લિસ્ટ બનાવો અને જ્યારે તમે એકલતા અનુભવો ત્યારે તેમની સાથે વાત કરો.

એકલતા મહેસૂસ કરવાને બદલે રોજથોડો સમય ફિટનેસ માટે કાઢો. નિયમિત કસરત કરવાથી ફીલ ગુડ હોર્મોન્સ સેરોટિન અને એન્ડોર્ફીનનું પ્રમાણ વધે છે. જેનાથી મૂડ સારો રહે છે. એકલતા દૂર કરવામાં સંગીત બેહદ મદદગાર છે.

આ પુસ્તક માટે में વિવિધ લેખ આધારિત માહિતી વિકિપીડિયા ,લેખ ને લાગતા આવેલા વિવિધ અખબારી અહેવાલ અને જે તે લેખક ના લેખ ના સંદર્ભો નો સહારો લીધો છે તે સૌ નો હું આભાર માનું છું .

www.ingramcontent.com/pod-product-compliance
Lightning Source LLC
Chambersburg PA
CBHW081922120726
47996CB00010B/3441